AF687075

# சூட்சும சரீரம்

## ஒரு தியான யோகியின் ஆன்ம பரிணாமம்

ஆசிரியர் செந்தில்குமரன்

# சூட்சும சரீரம்

ஒரு தியான யோகியின் ஆன்ம பரிணாமம்

✦ ✦ ✦ ✦ ✦

ஆசிரியர்: செந்தில்குமரன்

## ✍ சமர்ப்பணம்

"என் குருநாதரின் திருவடிகளுக்கு..."

இருள் சூழ்ந்த என் அக உலகிற்குள் தியானம் என்னும் பேரொளியை ஏற்றி வைத்த என் குருநாதருக்கு இந்த நூல் சமர்ப்பணம்.

பயத்திலும் அறியாமையிலும் தவித்த என் ஆன்மாவைக் கரம்பிடித்து, சூட்சும சரீரத்தின் ரகசியங்களையும், பிரபஞ்சத்தின் பேராற்றலையும் நான் உணரக் காரணமாய் இருந்தவர் அவரே. அவரிடம் நான் கற்ற தியானப் பயிற்சியும், அவரது ஆன்மீக வழிகாட்டுதலும் இல்லை என்றால் இந்த மெய்ஞானப் பரிணாமம் எனக்குச் சாத்தியப்பட்டிருக்காது.

என் ஒவ்வொரு ஆன்மீக அசைவிலும், அகக்கண் திறப்பிலும் மகா ஜோதியாகப் பின்னின்று இயக்கும் என் குரு தாசரின் பாதக் கமலங்களில் இந்த ஞானப் பகிர்வை நன்றியறிதலோடு அர்ப்பணிக்கிறேன்!

**- செந்தில்குமரன்**

**(கந்தன்)**

# பொருளடக்கம்

## ஆசிரியர் பக்கம்

### ஆசிரியர்: செந்தில்குமரன் (கந்தன்)

ஆரம்பத்தில் ஆன்மீகம் என்றால் என்னவென்றே தெரியாமல், தன் பாட்டிற்கு வாழ்ந்து கொண்டிருந்த ஒரு சாதாரண மனிதர். ஏதோ ஒரு தற்செயலான சூழலில், ஆன்மீகத்தைப் பற்றி லேசாகத் தெரிந்து கொண்டு, தனது குருநாதர் மகா குரு தாசர் அவர்களைச் சென்று சந்தித்தார்.

அவர் 'ராஜயோக தியானம்' என்று ஒரு பயிற்சியைச் சொல்லித் தந்தபோது, "இதெல்லாம் நமக்கெல்லாம் எங்கே சாத்தியப்படப் போகிறது?" என்ற ஒருவித அசால்ட்டான எண்ணத்துடனும், விளையாட்டான மனப்பான்மையுடன்தான் ஆசிரியர் இந்தத் தியானப் பயிற்சியைச் செய்ய ஆரம்பித்தார்.

ஆனால், அப்படி விளையாட்டாகத் தொடங்கிய அந்த எளிய பயிற்சிதான், இன்று இவரை இவ்வளவு பெரிய ஆன்மீக அனுபவங்களின் வாசலில் கொண்டு வந்து நிறுத்தியிருக்கிறது.

இந்த நூலில் ஆசிரியர் தனக்குக் கிடைத்த சில விசித்திரமான ஆன்மீக அனுபவங்களை மட்டும் பதிவு செய்யவில்லை; மாறாக, தான் இன்னும் எட்டாத, ஆனால் தனது குருநாதர் தாசர் அவர்கள் தனது வாழ்நாளில் அடைந்து வென்ற மகா உன்னதமான ஆன்மீக உச்சங்களையும், யோக அனுபவங்களையும் குருவின் அருளோடு இந்த நூலில் தொகுத்து வழங்கியுள்ளார்.

தமக்கும் தமது குருநாதருக்கும் கிடைத்த இந்த அரிய மெய்ஞான ரகசியங்களை இத்தோடு மறைத்துவிடாமல், உலக மக்கள் அனைவரும் அறிந்து கொள்ள வேண்டும் என்பதே இவரது முதன்மை நோக்கமாகும்.

ஒவ்வொரு மனிதனுக்குள்ளும் உறங்கிக் கிடக்கும் அந்த 'சூட்சும சரீரம்' என்றால் என்ன, அது எப்படியெல்லாம் வியக்கத்தக்க வகையில் வேலை செய்கிறது என்பதை இந்த அகிலத்திற்கு வெளிச்சம் போட்டுக் காட்டவே, ஒரு சாதாரண மனிதனாக இருந்து தியானத்தால் பக்குவப்பட்ட தனது இந்த நிஜமான அனுபவப் பாதையை ஆசிரியர் இந்த நூலின் வழியே உலகிற்குத் தெரியப்படுத்தியுள்ளார்.

# அத்தியாயம் - 1

## நள்ளிரவு நடுக்கம் – ஞானத்தின் தொடக்கம்

வார இறுதி நாட்கள்தான் கந்தனின் ஆன்மாவிற்கு மருந்தளிக்கும் நாட்கள். உலகத்து ஓட்டங்கள், அலுவலக நெருக்கடிகள், மன அழுத்தம் என எல்லாவற்றையும் கடந்து, அவன் அந்த மலை அடிவாரத்தில் இருக்கும் குருவின் ஆசிரமத்திற்கு வந்துவிடுவான்.

அன்று மாலை நேரத்து அமைதியில் பறவைகளின் ஒலி பின்னணியில் கேட்க, ஆசிரமத்தின் கூடத்தில் கந்தன் உட்பட பல சீடர்கள் குருவின் முன்னால் கைகளைக் கூப்பி அமைதியாக அமர்ந்திருந்தனர். அன்று குருவின் முகம் வழக்கத்தை விட அதிக பிரகாசமாக இருந்தது.

குரு மெல்லிய புன்னகையுடன் அங்கு அமர்ந்திருந்த அனைவரையும் நோக்கிப் பொதுவாகப் பேசத் தொடங்கினார், "இன்று உங்கள் அனைவருக்கும் ஒரு விசித்திரமான, ஆனால் மிக ஆழமான தியானப் பயிற்சியைச் சொல்லித்தரப் போகிறேன். இது உங்களுடைய உடலையும், ஆன்மாவையும் நீங்களே பிரித்துப் பார்க்கும் பயிற்சி.

அனைவரும் கண்களை மூடிக் கொள்ளுங்கள். மூச்சைக் கவனியுங்கள். மெதுவாக உங்கள் கவனத்தை உங்களுக்குள்ளே திருப்புங்கள். சதை, ரத்தம், தோல் என எல்லாவற்றையும் தாண்டி, உங்களுக்குள்ளே இருக்கும் அந்த எலும்புக் கூட்டை மட்டும் பாருங்கள். இந்தத் தோல் என்பது அந்த எலும்புக் கூட்டை மூடி வைத்திருக்கும் ஒரு கூண்டு என்பதை உணருங்கள். இதை இந்த வாரம் முழுவதும் உங்கள் வீட்டில் பயிற்சி செய்யுங்கள். அடுத்த வாரம் அடுத்த நிலைக்குச் செல்லலாம்" என்று வழிகாட்டினார்.

கந்தனும் மற்ற சீடர்களைப் போலவே ஆவலோடு குருவின் வார்த்தைகளை மனதில் வாங்கிக்கொண்டு விடைபெற்றான்.
வாரம் தொடங்கியது. ஒரு நாள் நள்ளிரவு பன்னிரண்டு மணி இருக்கும். சுற்றிலும் நிசப்தம் நிலவ, கந்தன் தன் தனி அறையில் பாய் விரித்து அமர்ந்தான். விளக்குகளை அணைத்துவிட்டு, அறை இருளில் மூழ்கிய பின், மெல்ல கண்களை மூடி மூச்சை உள்ளிழுத்தான்

. குரு ஆசிரமத்தில் பொதுவாவாகச் சொன்னபடியே தன் கவனத்தை உடலுக்குள் செலுத்தினான். மனம் மெல்ல மெல்ல உடலுக்குள் இறங்கியது. சதை, நரம்புகளைக் கடந்து ஆழமாகச் சென்றபோது... திடீரென அவனது அகக்கண்ணில் அந்த வெள்ளை நிற எலும்புக் கூடு தெரிந்தது!

கபாலத்தின் வெறித்த கண்கள், வரிசையான பற்கள், நெஞ்சுக்கூட்டின் எலும்புகள் என இருளுக்குள் அது துல்லியமாகத் தெரிந்த அடுத்த நொடி, கந்தன் திடுக்கிட்டு, தூக்கி வாரிப்போட்டு கண்களைத் திறந்தான். அவனுக்கு உடல் நடுங்கியது, மூச்சு வாங்கியது. நெஞ்சு படபடவென அடித்துக் கொள்ள, நெற்றியில் வியர்வை முத்துக்கள் அரும்பின.

நள்ளிரவில் தன் அறையிலேயே ஏதோ ஒரு பேயைப் பார்த்துவிட்டது போன்ற பயம் அவனைக் கவ்விக்கொண்டது. 'அம்மாடி..! என்ன இது? பேயா... பூதமா...?' என்று பயந்தவன், இந்த விஷயத்தை யாரிடமாவது சொன்னால் கேலி செய்வார்களோ என்று நினைத்து யாரிடமும் சொல்லாமல் ரகசியமாக வைத்திருந்தான்.

மறுநாள் இரவு வந்தது. பயமிருந்தாலும் குருவின் வார்த்தையை மீறக்கூடாது என்பதால் மீண்டும் தியானத்தில் அமரத் துணிந்தான். ஆனால் இந்த முறை பயத்தின் காரணமாக அறையின் அனைத்து விளக்குகளையும் (Tube lights) ஆன் செய்து போட்டுவிட்டு, வெளிச்சத்திலேயே அமர்ந்தான். ஆனாலும், கண்களை மூடியவுடன் அந்த எலும்புக் கூடு மீண்டும் அவன் நினைவுக்குள் வந்து பயமுறுத்த, பயம் தாங்காமல் பாதியிலேயே தியானத்தை நிறுத்திவிட்டு எழுந்துவிட்டான். அதற்கு மேல் அவனால் அந்தப் பயிற்சியைத் தொடர முடியவில்லை.

நாட்கள் உருண்டோடி மீண்டும் அந்த வார இறுதி வந்தது. கந்தன் ஆசிரமத்திற்குச் சென்றான். அவனது மனதில், 'நாம் தியானத்தில் பயந்த விஷயம் குருவுக்குத் தெரிந்தால் என்ன நினைப்பாரோ?' என்ற தயக்கமும் குற்ற உணர்ச்சியும் இருந்தது. குரு மேடையில் வந்து அமர்ந்து, எப்போதும் போல ஞானப் பாடங்களை நடத்தத் தொடங்கினார். சீடர்கள் அனைவரும் அமைதியாகக் கவனித்துக் கொண்டிருந்தனர்.

பொதுவாகப் பேசிக்கொண்டிருந்த குரு, திடீரென தன் பார்வையை மெதுவாகச் சுழற்றி, சரியாகக் கந்தன் அமர்ந்திருந்த திசையை நோக்கித் திருப்பினார். அவரது கூர்மையான கண்கள் கந்தனின் கண்களை ஊடுருவின. குரு சற்றே பலத்த குரலில், புன்னகையோடு, "நம்மில் சில பேர் இருக்கிறார்கள்... தியானப் பயிற்சி செய்யும்போது, தங்களுக்குள் இருக்கும் சொந்த எலும்புக் கூட்டைக் கண்டே பயந்து நடுங்கி விடுகிறார்கள்! விளக்குகளை எல்லாம் ஆன் செய்து வைத்துக்கொண்டு பயந்தபடியே தியானம் செய்கிறார்கள்!" என்றார்.

குரு இதை அங்கே அமர்ந்திருந்த எல்லோருக்குமாகப் பொதுவாகச் சொன்னாலும், அவரது பார்வை கந்தனின் மேல் இருந்தது.
கந்தனுக்கு அப்படியே தூக்கி வாரிப்போட்டது! உடலில் ஒரு மின்சாரம் பாய்ந்தது போல அதிர்ந்துபோனான். 'என்ன இது? நான் நள்ளிரவில், என் தனி அறையில், விளக்குகளைப் போட்டுக்கொண்டு பயந்த விஷயம்... இந்த ஆசிரமத்தில் இருக்கும் குருவுக்கு எப்படித் தெரிந்தது?' அவனது கண்கள்

ஆச்சரியத்திலும் அதிர்ச்சியிலும் விரிந்தன. தான் வீட்டில் தனியாகச் செய்த விஷயம் குருவின் ஞானக்கண்ணுக்குத் தெரிந்திருப்பதை உணர்ந்து அவன் வியப்பின் உச்சத்துக்கே சென்றான்.

குரு தன் உரையைத் தொடர்ந்து, "இதில் பயப்படுவதற்கு என்ன இருக்கிறது? எலும்புக் கூடு என்பது உயிரற்ற ஒரு பொருள். பலர் பேய், பூதம் என்று கற்பனை செய்து பயப்படுகிறார்கள்.

ஒரு மனிதன் உயிருடன் இருந்தால், அவன் உங்களை அடிக்கலாம், துன்புறுத்தலாம் என பயப்படலாம். ஆனால், நீங்கள் நினைக்கும் அந்தப் பேய்களுக்கு என்று தனியாக உடலோ, சதையோ கிடையாது. உடலே இல்லாத ஒன்று உங்களை என்ன செய்துவிட முடியும்? எனவே, உங்களுக்குள் இருக்கும் அந்த எலும்பைக் கண்டு நீங்கள் பயப்பட வேண்டிய அவசியமே இல்லை. அது உங்களின் ஒரு பகுதிதான்!" என்று விளக்கமளித்து அவனுக்குள் இருந்த பயத்தை வேரோடு பிடுங்கி எறிந்தார்.

கந்தனின் மனதில் ஒரு புதிய தைரியம் பிறந்தது. அடுத்து, குரு அடுத்த கட்ட யோகப் பயிற்சியை விவரித்து, "இதை மீண்டும் சென்று வீட்டில் பயிற்சி செய்யுங்கள்" என்று கூறி அன்றைய வகுப்பை நிறைவு செய்தார்.

வகுப்பு முடிந்து கந்தன் ஆசிரமத்தை விட்டு வெளியே நடந்து வந்து கொண்டிருந்தான். மாலை மறைந்து இரவு தொடங்கும் அந்த வேளையில், அவனது கால்கள் தரையில் நடந்தாலும், மனம் குருவின் அந்த அமானுஷ்ய ஞானத்தைப் பற்றியும், தன் மனதிற்குள் நடந்ததை அவர் துல்லியமாகக் கண்டுபிடித்ததைப் பற்றியுமே வியப்புடன் சிந்தித்துக் கொண்டிருந்தது...

# அத்தியாயம் - 2

## மிதந்த ஆன்மா – குருவின் மகிமா

குருவின் வார்த்தைகள் தந்த மாபெரும் தைரியத்தோடு கந்தன் அன்று இரவு தன் அறைக்குத் திரும்பினான். அவனுள் இருந்த அத்தனை பயமும் பனி போல விலகியிருந்தது. நள்ளிரவு பன்னிரண்டு மணிக்கு, எப்போதும் போல விளக்குகளை அணைத்துவிட்டு, எந்தவித நடுக்கமும் இன்றி தியானத்தில் அமர்ந்தான். கண்களை மூடியவுடன் அவனது அகக்கண்ணில் மீண்டும் அந்த எலும்புக் கூடு தெரிந்தது. ஆனால் இந்த முறை கந்தன் பயப்படவில்லை. 'இது வெறும் எலும்புக் கூடுதானே, உயிரற்ற இது நம்மை என்ன செய்துவிட முடியும்?' என்ற அசாத்திய துணிச்சலோடு அதை உற்று நோக்கினான். அன்று எவ்வித இடையூறும் இன்றி முப்பது நிமிடங்கள் தியானம் அவனுக்குக் கைகூடியது.

அடுத்தடுத்த நாட்களில் கந்தனின் ஆர்வம் பல மடங்கு பெருகியது. அரை மணி நேரமாக இருந்த அவனது தியானம், அடுத்த நாள் ஒரு மணி நேரமானது. பின்னர் இரண்டு மணி நேரம், மூன்று மணி நேரம் என நாளுக்கு நாள் தியான நேரத்தை அவன் அதிகப்படுத்திக் கொண்டே போனான்.

தியானத்தின் ஐந்தாவது அல்லது ஆறாவது நாள் நள்ளிரவு... வழக்கம்போல் ஆழமான தியானத்தில் இருந்த கந்தனுக்குள் அந்த விசித்திரம் நிகழ்ந்தது.

திடீரென்று அவனது உடம்பிற்குள் ஒரு விவரிக்க முடியாத லேசான உணர்வு ஏற்பட்டது. அடுத்த நொடி, அவனது ஆன்மா அவனது ஸ்தூல உடலை (பௌதிக உடல்) விட்டு மெல்ல வெளியேறியது! அவனது மனம் குழப்பத்திலும் ஆச்சரியத்திலும் ஆழ்ந்தது. 'நான் தான் பாயில் அமர்ந்து, கண்களை மூடி, எனக்குள் இருக்கும் எலும்புக் கூட்டைப் பார்த்துக் கொண்டிருக்கிறேனே... அப்புறம் எப்படி என் கண்கள் மேலே இருந்து நான் உட்கார்ந்திருப்பதை நானே பார்க்க முடிகிறது?' என்று அவனது புத்தி சிந்தித்தது. ஆம், அவனது ஆன்மா காற்றில் மிதந்து, கீழே தியானத்தில் அமர்ந்திருக்கும் அவனது சொந்த உடலையே பார்த்துக் கொண்டிருந்தது!

அவனது ஆன்மா அறையின் காற்றில் மெல்ல மிதந்து சென்று, திடீரென அங்கிருந்த சுவற்றின் மீது மோதியது. சுவற்றில் மோதும் உணர்வை அவனால் துல்லியமாக உணர முடிந்தது. ஆனால், ஆச்சரியப்படும் விதமாக, அந்தச் சுவர் அவனது ஆன்மாவைத் தடுக்கவில்லை. ஒரு நிழலைப் போல அந்த கெட்டியான சுவரை ஊடுருவி, பக்கத்து அறைக்குள் அவனது ஆன்மா நுழைந்தது.

அங்கே, நள்ளிரவு நேரத்தில் அவனது அம்மா, அப்பா, மற்றும் அண்ணன் என அனைவரும் அமர்ந்து சாப்பிட்டுக் கொண்டிருந்தனர். அவர்கள் பேசுவதும், சிரிப்பதும் கந்தனுக்குத் துல்லியமாகத் தெரிந்தது. 'என்ன இது விசித்திரம்! சுவற்றை ஊடுருவி வந்து இவர்களைப் பார்க்கிறேனே!' என்று நினைத்த மாத்திரத்தில், அவனுக்குள் திடீரென ஒரு பெரும் பதைபதைப்பும் அதிர்ச்சியும் ஏற்பட்டது.

அந்த அதிர்ச்சியில், 'ஐயையோ! என் உயிர் என் உடம்பை விட்டு நிரந்தரமாகப் பிரிந்துவிட்டதா? இப்போது நான் என்ன செய்வேன்? மீண்டும் என் உடலுக்குள் எப்படிப் போவது?' என்று தெரியாமல் அவனது ஆன்மா காற்றில் தவித்தது. எவ்வளவோ முயன்றும் அவனால் தன் உடலை நோக்கித் திரும்ப முடியவில்லை. பயம் அவனைக் கவ்விய அந்த இக்கட்டான நொடயில், அவனுக்குத் தன் குருவின் முகம் நினைவுக்கு வந்தது. மனதாரத் தன் குருவின் பெயரை ஆழமாக நினைத்தான்.

அடுத்த கணம்! ஒரு வித்தை போல, பக்கத்து அறையில் இருந்த அவனது ஆன்மா, மீண்டும் அந்தச் சுவரை ஊடுருவிப் பாய்ந்து வந்து, பாயில் அமர்ந்திருந்த அவனது உடலுக்குள் டக்கென்று புகுந்து கொண்டது!

கந்தன் திடுக்கிட்டுத் தன் கண்களைத் திறந்தான். உடல் முழுவதும் வியர்த்து, நெஞ்சு பலமாக அடித்துக் கொண்டது. 'என்ன ஒரு அமானுஷ்யமான, அற்புதமான அனுபவம் இது!' என்று வியந்து போனான். இந்தத் தியானப் பயிற்சியின் மூலம் தன் ஆன்மாவை உடலை விட்டு வெளியேற்ற முடியும் என்ற உன்னத உண்மையை அவன் அன்றுதான் நேரடியாக உணர்ந்தான். அந்தப் பேரானந்தமும் மகிழ்ச்சியும் அவனை உலுக்கியது

மீண்டும் அந்த வார இறுதி வந்தது. தனக்கு நடந்த இந்த அசாத்திய அற்புதத்தை கந்தன் யாரிடமும், தன் குடும்பத்தினரிடம் கூடச் சொல்லாமல் ரகசியமாகவே வைத்திருந்தான். எப்போதும் போல மலை அடிவார ஆசிரமத்திற்குச் சென்று, மற்ற சீடர்களோடு சேர்ந்து குருவின் பாடம் கேட்பதற்காக அமைதியாக அமர்ந்தான்.

குரு மேடைக்கு வந்து அமர்ந்தார். அவரது கண்கள் கூட்டத்தை ஒருமுறை துழாவின. சரியாகக் கந்தன் அமர்ந்திருந்த இடத்தில் அவரது பார்வை நிலைத்தது. கந்தனின் முகத்தில் இருந்த அந்தப் பிரகாசத்தையும் அமைதியையும் கண்ட மாத்திரத்திலேயே, அவன் அந்த உன்னதமான ஆன்மீக நிலையை அடைந்துவிட்டான் என்பதை குரு தன் ஞானத்தால் நொடியில் உணர்ந்து கொண்டார். குருவின் முகத்தில் ஒரு திருப்தியான புன்னகை அரும்பியது.

அன்று குரு ஆசிரமத்தில் இருந்த அனைவருக்கும் பொதுவாகத் தன் சொற்பொழிவைத் தொடங்கினார். பேச்சின் நடுவே, குரு தன் குரலை உயர்த்தி, "ஆஹா! நம்மிடையே இருக்கும் ஒருவன் அந்த உன்னத நிலையை எட்டிப்பிடித்துவிட்டான்! நான் எந்த நோக்கத்திற்காக, எந்த ஆன்மீக விழிப்புணர்விற்காக இந்தத் தியானப் பயிற்சியை உங்கள் அனைவருக்கும் கற்றுக் கொடுத்தேனோ... அந்த நிலையை இதோ ஒருவன் தன் முயற்சியால் அடைந்துவிட்டான்!" என்று பெருமிதத்தோடு கூறினார்.

அவ்வளவுதான்! அங்கிருந்த சீடர்கள் அனைவரும் ஆச்சரியத்தில் மூழ்கினர். "யார் அது? யார் அந்த நிலையை அடைந்தது?" என்று ஒருவரையொருவர் ஆவலோடு திரும்பித் திரும்பிப் பார்த்துக் கொண்டனர். ஆனால், கந்தன் மட்டும் யாரிடமும் எதையும் காட்டிக் கொள்ளாமல், தன் குருவின் பார்வையை எதிர்கொண்டு, தனக்குள் எழுந்த மாபெரும் மகிழ்ச்சியோடும் குருவின் மீதான பேரன்போடும் அமைதியாக அமர்ந்திருந்தான்.

# அத்தியாயம் - 3

## அண்டவெளியின் ரகசியம் – அறிவில் தெரிந்த அதிசயம்

சூட்சுமப் பயணத்தின் சுவையை உணர்ந்த கந்தனுக்கு, இப்போது உலகியல் சார்ந்த எந்தவொரு விஷயத்திலும் மனம் லயிக்கவில்லை. இரவு நேர தியானம் மட்டுமே அவனுக்குப் போதவில்லை. நாளுக்கு நாள் அவனது ஆன்மீகத் தேடல் தீவிரமடைய, ஒரு கட்டத்தில் தன் முழு நேரத்தையும் அவன் தியானத்திலேயே செலவிடத் தொடங்கினான். உலகத்தின் ஓட்டங்களை எல்லாம் நிறுத்திவிட்டு, தன் தனி அறையில் அசைவற்று அமர்ந்து, அக உலகிற்குள் ஆழமாக இறங்கினான்.

அப்படி ஒரு நாள், அவன் முழு மூச்சாகத் தியானத்தில் மூழ்கியிருந்தபோது, அவனது ஆன்மா வழக்கம் போல உடலை விட்டு மெல்ல பிரிந்தது. ஆனால் இந்த முறை, அது அவனது அறையோடோ அல்லது வீடோடோ நின்றுவிடவில்லை. ஒரு எடையற்ற இறகைப் போல, கந்தனின் ஆன்மா கூரையையும் தாண்டி, வான் நோக்கி எழும்பியது.

அவன் மேலே செல்லச் செல்ல, பூமி மெல்லச் சுருங்கி ஒரு பந்து போலக் காட்சியளித்தது. கந்தனின் ஆன்மா விண்வெளியின் எல்லையற்ற இருளுக்குள் பாய்ந்தது. அங்கே அவன் கண்ட காட்சிகள் அவனது கற்பனைக்கும் எட்டாத பேரதிசயமாக இருந்தன. தகதகவென எரியும் சூரியன், குளிர்ந்த ஒளியைத் தரும் சந்திரன், மற்றும் பால்வெளியில் சுழன்று கொண்டிருக்கும் ஒன்பது கோள்களையும் அவன் மிக அருகில் கண்டான்.

அவனது ஆன்மா ஒரு ஒளிக் கீற்றைப் போல அந்தக் கோள்களுக்குள்ளும், விண்மீன் கூட்டங்களுக்குள்ளும் எவ்விதத் தடையுமின்றி ஊடுருவிப் பாய்ந்தது. கோள்களின் சுழற்சி, பிரபஞ்சத்தின் அசைவு என அனைத்தையும் தன் ஆன்மக் கண்ணால் நேரடியாகக் கண்டு ரசித்தான். விண்வெளியின் அந்த மகா அமைதியில், பேரண்டத்தின் ரகசியங்கள் அனைத்தும் அவனுக்குள் இறங்குவது போல இருந்தது.

பிரபஞ்சப் பெருவெளியில் நீண்ட தூரம் உலா வந்த கந்தனின் ஆன்மா, மெல்லத் தன் பயணத்தை முடித்துக் கொண்டு பூமி நோக்கித் திரும்பியது. காற்றில் மிதந்து வந்து, தன் அறையில் அமர்ந்திருந்த அவனது ஸ்தூல உடலுக்குள் மீண்டும் கச்சிதமாகப் புகுந்து கொண்டது.

கந்தன் மெதுவாகக் கண்களைத் திறந்தான். உடலுக்குள் ஆன்மா மீண்ட அந்த நொடியில், அவனது மூளையும், அறிவும், மனமும் முன்னெப்போதும் இல்லாத ஒரு மாபெரும் புத்துணர்ச்சியை அடைந்தன. அவனது சிந்தனைத் திறன் பன்மடங்கு பெருகியிருந்தது. ஒரு சாதாரண மனித மூளையால் எட்ட முடியாத பிரபஞ்ச அறிவு அவனுக்குள் பிரவாகமாக ஓடியது. சுற்றியிருக்கும் மரங்கள், காற்று, மனிதர்கள் என எல்லாவற்றையும் அவன் முற்றிலும் ஒரு புதிய கோணத்தில், பேரறிவுடன் நோக்கத் தொடங்கினான். தன் அறிவு அடைந்த இந்த அசுர வளர்ச்சியை அவனால் தெளிவாக உணர முடிந்தது.

வழக்கம் போல அந்த வார இறுதி வந்தது. கந்தன் ஆசிரமத்திற்குப் புறப்பட்டான். அவனது முகத்தில் இப்போது ஒரு ஞானியின் பிரகாசம் குடியேறியிருந்தது. யாரிடமும் தன் விண்வெளிப் பயணத்தைப் பற்றி அவன் ஒரு வார்த்தை கூடப் பேசவில்லை. சொற்பொழிவு கூடத்தில் மற்ற சீடர்களுடன் அமைதியாக அமர்ந்தான். குரு மேடைக்கு வந்து, எப்போதும் போலத் தன் கம்பீரமான குரலில் ஞானப் பாடங்களை நடத்தத் தொடங்கினார்.

பேச்சின் நடுவே, குரு திடீரெனத் தன் உரையை விண்வெளி மற்றும் பிரபஞ்சத்தின் பக்கம் திருப்பினார். பின், நேராகக் கந்தனின் கண்களைப் பார்த்து, ஒரு மெல்லிய புன்னகையோடு பேசத் தொடங்கினார்:

"நம்முடைய முன்னோர்களான சித்தர்களும், ஞானிகளும் எப்படி எந்தவொரு அறிவியல் உபகரணமும் இல்லாமல், அண்டவெளியில் இருக்கும் கோள்களையும் அதன் தூரங்களையும் துல்லியமாகக் கணித்தார்கள் என்று உங்களில்

பலருக்குச் சந்தேகம் இருக்கலாம். அவர்கள் தங்கள் உடலை விட்டு, தங்கள் உயிரைத் தனியாகப் பிரித்து, விண்வெளிக்கே நேரடியாகச் சென்று அனைத்துக் கோள்களையும் ஊடுருவிப் பார்த்துவிட்டு வந்தார்கள். அதுதான் அவர்களின் பேரறிவுக்குக் காரணம்!" என்றார் குரு.

குரு இதைச் சொன்ன மாத்திரத்தில் கந்தனின் உள்ளம் சிலிர்த்தது. அவன் தன் மனதிற்குள், 'நானும் அப்படித்தான் நேற்று பிரபஞ்சத்தை வலம் வந்து பார்த்தேன் குருதேவா!' என்று குருவை நோக்கி மனதாரக் கூறி நன்றியோடு வணங்கினான். கந்தன் மனதில் நினைத்த அந்த எண்ணம், அடுத்த கணமே குருவின் மனதைச் சென்றடைந்தது. குருவின் கண்கள் கந்தனை நோக்கி 'எனக்குத் தெரியும்' என்பது போலச் சம்மதமாக அசைந்தன. கந்தன் அதை உணர்ந்து கொண்டான். இந்த அற்புத ரகசியத்தை குருவும் யாரிடமும் வெளிப்படையாகச் சொல்லவில்லை; கந்தனும் யாரிடமும் பகிர்ந்து கொள்ளவில்லை. ஆனால், அந்த மௌனப் பரிமாற்றத்தில் இருவரின் மனங்களும் எல்லையற்ற அகமகிழ்ச்சியில் திளைத்தன. குருவும் சீடனும் ஒருவருக்கொருவர் உணர்ந்துகொண்ட அந்தப் பேரானந்தத்தோடு அன்றைய வகுப்பு நிறைவடைந்தது.

# அத்தியாயம் - 4

## பொருளின் மறைவு – சூட்சுமத்தின் நிறைவு

வழக்கம்போல கந்தன் தன் தியானப் பயிற்சிகளைத் தீவிரமாகச் செய்து கொண்டு, அந்த வார இறுதியிலும் ஆசிரமத்திற்குப் புறப்பட்டான். ஆனால், அன்று ஆசிரமத்தின் சூழல் வழக்கத்திற்கு மாறாக இருந்தது. அங்கே அமைதிக்குக் குந்தகம் விளைவிக்கும் வகையில் ஒரே கூட்டமும் சலசலப்புமாக இருந்தது.

கந்தன் மெல்ல அந்தக் கூட்டத்திற்கு நடுவே சென்று என்னவென்று கவனித்தான். ஆசிரமத்தின் மதிப்புமிக்க பொருள் ஒன்று காணாமல் போயிருந்தது! யாரோ அதைத் திருடிவிட்டார்கள் என்ற செய்தி அங்கே பெரும் விவாதமாக ஓடிக் கொண்டிருந்தது.

அங்கிருந்தவர்களில் இரண்டு பேர் மீது அனைவருக்கும் பலத்த சந்தேகம் எழுந்தது. 'இவன் திருடியிருப்பானா அல்லது அவன் திருடியிருப்பானா?' என்று ஆளாளுக்குப் பேசிக் கொண்டார்களே தவிர, யாராலும் துல்லியமாகச் சொல்ல முடியவில்லை. இறுதிவரை உண்மை தெரியாததால், அன்றைய தினம் குழப்பத்துடனேயே நகர்ந்தது.

குரு மேடையில் அமைதியாக அமர்ந்திருந்தார். ஞானக்கண் கொண்ட அவருக்கு யார் திருடினார்கள் என்பது நன்றாகவே தெரியும். ஆனால், அவர் அதை வெளிப்படையாகச் சொல்லவில்லை. இந்தச் சூழ்நிலையை கந்தன் எப்படித் தன் ஆற்றலால் கையாளப் போகிறான், இதை அவனுக்கான ஒரு ஆன்மீகச் சோதனையாக வைப்போம் என்று கருதி குரு தெரிந்துமே தெரியாதது போல் மௌனம் காத்தார்.

அன்று வகுப்புகள் முடிந்து அனைவரும் கலைந்து சென்றனர். கந்தன் தன் வீட்டிற்குத் திரும்பினாலும் அவனது மனம் ஆசிரமப் பிரச்சினையிலேயே இருந்தது. சந்தேகம் உள்ள அந்த இரண்டு நபர்களில் யார் உண்மையான குற்றவாளி என்பதைக் கண்டுபிடிக்க அவன் முடிவு செய்தான். நள்ளிரவில் தன் தனி அறையில் தியானத்தில் அமர்ந்தான். மூச்சைக் கட்டுப்படுத்தி, தன் ஆன்மாவை உடலிலிருந்து மெல்லப் பிரித்து சூட்சும வடிவில் வெளியேற்றினான்.

கந்தனின் சூட்சும உடல் முதலில் சந்தேகம் இருந்த முதல் நபரைத் தேடிப் பறந்தது. அடுத்த நாள் விடிந்ததும் அந்த நபர் என்ன செய்கிறான் என்பதை அவனது ஆன்மா பின்தொடர்ந்து கவனித்தது. அவன் எப்போதும் போலத் தன் உலகியல் வாழ்க்கையின் அன்றாட வேலைகளைச் செய்து கொண்டிருந்தான். நண்பர்களிடம் இயல்பாகப் பேசினான். பின்னர், அவன் ஒரு கோவிலுக்குச் சென்று தனிமையில் நின்று சாமி கும்பிடும்போது, அவனது கண்கள் கலங்கின. "இறைவா... ஆசிரமத்தில் யாரோ திருடியதற்கு என் மேல் பழி சுமத்துகிறார்களே... நான் அப்படிச் செய்வேனா என்று உனக்குத் தெரியாதா?" என்று கடவுளிடம் அழுது புலம்பினான். அவன் தனிமையில் இறைவனிடம் காட்டிய அந்தத் தூய்மையான கண்ணீரை உற்று நோக்கிய கந்தனுக்கு, இவன் திருடன் அல்ல என்பது தெளிவாகப் புரிந்தது.

அங்கிருந்து கந்தனின் ஆன்மா அடுத்த நொடயே சந்தேகம் இருந்த இரண்டாவது நபரைத் தேடிப் பாய்ந்தது. அவனையும் கந்தனின் சூட்சும உடல் பின்தொடர்ந்தது. அவன் தன் வேலைகளை முடித்துவிட்டு, தன் வீட்டிற்குள் சென்றான். சுற்றிலும் யாரும் இல்லை என்பதை உறுதி செய்து கொண்டு, ரகசியமாக ஒரு அறைக்குள் நுழைந்தான்.

அங்கிருந்த ஒரு பழைய பெட்டியைத் திறந்து, அதற்குள் இருந்த ஒரு பொருளை எடுத்துப் பார்த்து, "அப்பாடா... இந்தப் பொருள் இங்கதான் பத்திரமா இருக்கா!" என்று நிம்மதிப் பெருமூச்சு விட்டான். கந்தன் உற்றுப் பார்த்தான்; அது வேறு எதுவுமில்லை,

ஆசிரமத்தில் காணாமல் போன அதே மதிப்புமிக்க பொருள்தான்! குற்றவாளி யார் என்பதை கந்தன் துல்லியமாகக் கண்டுபிடித்துவிட்டான்.

உடனே கந்தனின் ஆன்மா தன் அறைக்குத் திரும்பி, பாயில் அமர்ந்திருந்த தன் உடலுக்குள் கச்சிதமாகப் புகுந்து கொண்டது. கண்களைத் திறந்த கந்தன், விடிந்ததும் ஆசிரமத்திற்கு விரைந்தான். அங்கே இருக்கும் சில முக்கிய அன்பர்களைத் தனியாக அழைத்து, "இந்தப் பொருளை அந்த நபர் தான் திருடியிருக்கிறார். அது அவனது வீட்டில் இன்ன இடத்தில், இந்த பெட்டிக்குள் இருக்கிறது" என்று விபரத்தைக் கூறினார்.

அன்பர்கள் உடனே அந்த நபரின் வீட்டிற்கு விரைந்தனர். அவனிடம் எதையும் சொல்லாமல், நேராக அவனது அறைக்குள் புகுந்து அந்தப் பெட்டியைத் திறந்து பார்த்தனர். ஆசிரமத்துப் பொருள் அங்கே அப்படியே இருந்தது! திருடன் கையும் களவுமாக மாட்டிக் கொண்டான். அங்கிருந்தவர்கள் அவனைக் கடுமையாகக் கோபித்து, "இனிமேல் ஆசிரமப் பக்கமே வரக்கூடாது!" என்று விரட்ட முற்பட்டனர்.

அப்போது குரு அங்கே குறுக்கிட்டு, அவனைத் தடுத்தார். அந்தத் திருடனைத் தன் அருகில் கூப்பிட்டு அமர வைத்தார். திருடுவதால் என்னென்ன பாவங்கள் வந்து சேரும், அது எப்படி ஒரு மனிதனின் ஆன்மாவைச் சீரழிக்கும் என்பதை மிகவும் கனிவோடு எடுத்துரைத்து, அவனுக்குப் பல ஆன்மீக அறிவுரைகளைக் கூறி அவனது மனதைத் திருத்தினார். அந்த நபர் தன் தவறை உணர்ந்து குருவின் கால்களில் விழுந்து அழுதான்.

இதையெல்லாம் பார்த்துக் கொண்டிருந்த குருவின் முகம் மிகுந்த மகிழ்ச்சியிலும் திருப்தியிலும் திளைத்தது. அவர் கந்தனை நோக்கித் தன் பார்வையைத் திருப்பினார். தான் வைத்த சோதனையில் கந்தன் சூட்சும அறிவைப் பயன்படுத்தி மிகச் சரியாக ஜெயித்துவிட்டதை எண்ணி குரு அகமகிழ்ந்தார். கந்தன் தன் சூட்சும சரீரப் பயணத்தின் மூலமாகத்தான் இந்தத் திருட்டைக் கண்டுபிடித்தான் என்பது குருவுக்கு மட்டுமே தெரிந்த ரகசியம். கந்தனும் அதை யாரிடமும் தம்பட்டம் அடித்துக் கொள்ளாமல், குருவின் அருளை எண்ணி அமைதியாக நின்றான்.

# அத்தியாயம் - 5

## சிலைகளின் பேச்சு – சூட்சுமத்தின் மூச்சு

ஒரு எலுமிச்சம்பழம் எப்படி உப்பு ஜாடியில் கிடக்கக் கிடக்க, நாட்கள் செல்லச் செல்ல நன்றாக ஊறித் தன் சுவையிலும் பக்குவத்திலும் வீரியம் கொள்ளுமோ, அதைப்போலத்தான் கந்தனின் ஆன்மாவும் மாறியிருந்தது.

அவன் அந்த எலும்புக்கூடு தியானத்தை நாளுக்கு நாள் விடாமல் தீவிரமாகப் பயிற்சி செய்யச் செய்ய, அவனது சூட்சும சரீரத்தின் ஆற்றல் அவனுக்கே தெரியாமல் அசுர வேகத்தில் பரிணாம வளர்ச்சி அடைந்து கொண்டே போனது. அந்தப் பேராற்றல் அவனுக்குப் பல புதிய ஆன்மீக ரகசியங்களைப் புரிய வைத்தது.

அப்படி ஒரு நாள் நள்ளிரவு, வழக்கம்போலத் தன் உடலை விட்டுப் பிரிந்த கந்தனின் சூட்சும ஆன்மா, இந்த முறை ஊருக்குள் இருக்கும் பழமையான ஒரு பெரிய கோவிலை நோக்கிப் பயணித்தது. கோவிலின் பிரம்மாண்டமான கோபுரத்தைக் கடந்து அவன் உள்ளே சென்றபோது, அங்கே அவனுக்காக ஒரு மாபெரும் பேரதிசயம் காத்துக்கொண்டிருந்தது.

சாதாரண மனிதர்கள் ஊனக்கண்ணால் பார்க்கும்போது வெறும் கல்லாகவும் சிலையாகவும் தெரியும் அந்தக் கோவிலின் தூண்களும், மதில்களும், கோபுரத்துச் சிற்பங்களும் கந்தனின் சூட்சுமக் கண்ணுக்கு முற்றிலும் வேறாகத் தெரிந்தன!

அந்தச் சிலைகள் அனைத்தும் வெறும் கற்கள் அல்ல; அவை உயிருள்ள மனிதர்களைப் போல, தசைநாரும் நரம்பும் குருதியும் கொண்ட விசித்திரமான பேராற்றல் மிக்க உருவங்களாக அங்கே காட்சியளித்தன. ஒவ்வொரு சிலையிலும் அத்தனை உயிரோட்டம்! கந்தன் வியப்பின் உச்சத்தில் காற்றில் மிதந்தபடி கவனித்துக் கொண்டிருந்தான்.

அதைவிடப் பெரிய விசித்திரமாக, அந்தச் சிலைகள் அனைத்தும் தங்களுக்குள்ளே சைகையாலும் மெல்லிய குரலாலும் பேசிக் கொண்டிருந்தன! அந்த ஊரில் நடக்கும் நிகழ்வுகள், மனிதர்களின் குணங்கள் எனப் பல விஷயங்களைப் பற்றி அந்தச் சிலைகள் தங்களுக்குள் உரையாடிக் கொள்வதை கந்தன் தன் ஆன்மக் காதுகளால் துல்லியமாகக் கேட்டான்.

சாதாரண மனிதர்களின் கண்ணுக்கு கந்தனின் சூட்சும ஆன்மா தெரியாது. ஆனால், அங்கே இருந்த உயிருள்ள சிலைகளின் கண்கள் கந்தனை மிகத் தெளிவாகப் பார்த்தன! காற்றில் மிதந்து வரும் கந்தனை நோக்கி அந்தச் சிலைகள் தங்கள் பார்வையைத் திருப்பின.

அதில் ஒரு சிலை மற்றொன்றைப் பார்த்து, "அங்க பாரு... இவன் எவ்வளவு பெரிய அதிர்ஷ்டசாலி! தன் கடுமையான தியானத்தால் இந்த உன்னதமான நிலையை எட்டிப்பிடித்து, நம்மை இந்த வடிவத்தில் பார்க்கும் பாக்கியத்தை இவன் பெற்றிருக்கிறான் பார்!" என்று வியப்போடு தங்களுக்குள் பேசிக் கொண்டன.
அந்தக் கோவில் பிரகாரத்தை கந்தன் பேரதிசயத்தோடு சுற்றி வந்தான். அவனால் தன் கண்களையே நம்ப முடியவில்லை. 'நாம் இத்தனை காலம் வெறும் ஜடமான கல் என்று நினைத்த சிலைகள் அனைத்தும் இவ்வளவு பெரிய ஆன்மீக ஆற்றலோடு உயிரோடு இருக்கின்றனவா? அப்படியானால், நம் முன்னோர்கள் எதையும் சாதாரணமாகச் செய்துவிட்டுப் போகவில்லை. அவர்கள் ஒவ்வொரு கோவிலையும், சிலையையும் ஏதோ ஒரு பிரம்மாண்டமான காரணத்திற்காகவும் அறிவியலுக்காகவும்தான் நிறுவியிருக்கிறார்கள்!' என்ற மாபெரும் உண்மை அவனுக்குப் புலப்பட்டது.
நம் ஆன்மீகப் பாரம்பரியத்தின் அந்த மகா ரகசியத்தை உணர்ந்துகொண்ட பேரானந்தத்தில் கந்தனின் ஆன்மா மிதந்தது. விடிவதற்குள் கோவிலில் இருந்து புறப்பட்டு, தன் அறைக்குத் திரும்பி, பாயில் அமர்ந்திருந்த தன் பௌதிக உடலுக்குள் கச்சிதமாகப் புகுந்து கொண்டது. கந்தன் மெதுவாகக் கண்களைத் திறந்தபோது அவனது இதயம் அந்தப் பேரதிசயத்தின் ரகசியத்தை உணர்ந்த திருப்தியில் அசைபோட்டுக் கொண்டிருந்தது.

# அத்தியாயம் - 6

## அறிவின் பரிணாமமும் - பரகாயப் பேராற்றலும்

உலகியல் இன்பங்களைத் துறந்து, ஒருவேளை உணவு மட்டுமே உட்கொண்டு, நாளின் பெரும்பகுதியைத் தன் தனி அறையிலேயே தியானத்தில் கழிக்கத் தொடங்கிய கந்தனின் ஆன்மா, இப்போது அதன் உச்சகட்ட பரிணாம வளர்ச்சியை எட்டியிருந்தது.

அவனது சூட்சும சரீரத்தின் ஆற்றல் முன்னெப்போதையும் விடப் பலமடங்கு வீரியம் பெற்றிருந்தது. அவனது சிந்தனைத் திறனும், அறிவும் அசுர வேகத்தில் பெருகிக் கொண்டே போக, அவனுக்குள் ஒரு பிரம்மாண்டமான புதிய ஆன்மீக உண்மை புலப்படத் தொடங்கியது.

தன் சூட்சும உடலின் மூலம் மற்ற மனிதர்களின் உடலுக்குள் தற்காலிகமாக ஊடுருவி மீண்டும் வெளியே வரும்போது, அந்த மனிதர்களின் மூளையில் இருக்கும் அறிவும், திறமைகளும், மொழிகளும் அப்படியே தனக்குள் கடத்தப்படுவதை கந்தன் கண்டறிந்தான்! அது ஒரு மாபெரும் ரகசியம்.

உதாரணமாக, கந்தனுக்கு அதுவரை இந்தி மொழி பேசவோ எழுதவோ தெரியாது. ஆனால், இந்தி மொழி நன்கு தெரிந்த ஒரு வடஇந்தியரின் உடலுக்குள் அவனது சூட்சும ஆன்மா ஒரு நொடி புகுந்து வெளியே வந்த மாத்திரத்தில், அந்த மொழியின் மொத்த இலக்கணமும், உச்சரிப்பும் கந்தனின் மூளையில் கணினி போலப் பதிவாகிவிட்டது.

வாகனங்களை இயக்கத் தெரியாத கந்தன், ஒரு தேர்ந்த ஓட்டுநரின் உடலுக்குள் ஊடுருவி வந்தவுடன், மிக லாவகமாக வாகனம் ஓட்டும் வித்தை அவனுக்குக் கைவந்தது.

இப்படி ஒவ்வொரு மனிதரிடமிருந்தும் பலதரப்பட்ட அரிய திறமைகளை அவனது ஆன்மா உள்வாங்கிக் கொண்டது. ஒரு சிறந்த புத்தகத்தை எப்படி எழுதுவது என்ற இலக்கிய அறிவு, இதயத்தைத் தொடும் பாடல்களை எப்படி இயற்றுவது என்ற கவித்துவ ஞானம் எனப் பல்துறைகளின் ஆற்றல்களும் அவனுக்குள் தானாகவே வந்து குவிந்தன. நாளுக்கு நாள் அவனது மூளையும் அறிவும் ஒரு புதுவிதமான விஸ்வரூப வளர்ச்சியை அடைந்து கொண்டே இருந்தன.

இவ்வளவு பேராற்றலும், சித்துக்களும் கைவந்த பிறகும் கந்தன் ஒருபோதும் தடம் மாறவில்லை. தன்னிடம் இருக்கும் இந்த அமானுஷ்ய சக்தியை வைத்து அவன் ஒருபோதும் எந்தவொரு தீய காரியத்திலும், சுயநலமான விஷயங்களிலும் ஈடுபடவே இல்லை.

குருவின் போதனைகளை நெஞ்சில் ஏந்தி, தர்மத்தின் வழியில் நின்று, இந்த அரிய ஆற்றலை நன்மைகளுக்காக மட்டுமே பயன்படுத்தினான். நாளுக்கு நாள் தன்னை ஒரு முழுமையான ஞானியாக மாற்றிக் கொண்டிருக்கும் இந்த ஆன்மீகப் பயணம், கந்தனுக்குள் ஒரு புதிய விடியலைத் தந்தது.

# அத்தியாயம் -7

ஜோதியின் நடுவே குரு – ஞானம் பெற்ற விஸ்வரூப உரு!

இத்தனை காலமாக கந்தன் தியானத்தில் அமர்ந்து, தன் சூட்சும சரீரத்தை உடலிலிருந்து வெளியேற்றித்தான் அண்டவெளியின் ரகசியங்களையும், உலக நிகழ்வுகளையும் கவனித்து வந்தான். ஆனால், அவனது விடாத தியானப் பயிற்சியும், தீவிர வைராக்கியமும் அவனது உடலையும் ஆன்மாவையும் ஒரு மாபெரும் பரிணாம வளர்ச்சிக்கு இட்டுச் சென்றன. இப்போது அவனுக்குள் ஒரு பேரதிசயம் நிகழத் தொடங்கியது.

முன்பெல்லாம் ஆன்மா உடலை விட்டு வெளியே சென்றால்தான் அந்த அமானுஷ்ய ஆற்றல்கள் சாத்தியமாகும். ஆனால் இப்போது, ஆன்மா உடலுக்குள்ளேயே இருக்கும்போதே அவனால் எல்லாவற்றையும் உணர முடிந்தது! மத்த மனிதர்கள் மனதில் என்ன நினைக்கிறார்கள், என்ன பேசுகிறார்கள் என்பது கந்தன் சாதாரணமாக இருக்கும்போதே அவனது மன அலைவரிசையில் துல்லியமாகக் கேட்கத் தொடங்கியது.

அதுமட்டுமன்றி, முன்பு சூட்சும உடலோடு சென்றபோது உயிருடன் பேசிய கோவில் சிலைகள், இப்போது அவன் சாதாரண ஊனக்கண்ணால் பார்க்கும்போதே அத்தனை உயிரோட்டத்தோடு அவனுக்குக் காட்சியளித்தன. ஆன்மா உடலுக்குள் இருக்கும்போதே இந்த அண்ட சராசரத்தின் ரகசியங்களும் அவனது அகக்கண்ணுக்குப் புலப்படத் தொடங்கின.

அந்த வார இறுதியில், கந்தன் வழக்கம் போலத் தன் ஆன்மீகக் குருவைச் சந்திப்பதற்காக வகுப்பிற்குச் சென்றான். அங்கே அவனுக்கு ஒரு மாபெரும் பேரதிர்ச்சியும், விவரிக்க முடியாத பேரானந்தமும் காத்திருந்தது.

வகுப்பறைக்குள் குரு நுழைந்த கணமே, கந்தன் ஆச்சரியத்தில் வாயடைத்துப் போய் அப்படியே உறைந்து நின்றான்! இத்தனை காலம் சாதாரண மனிதராகத் தெரிந்த குருவுக்குப் பின்னால், இப்போது ஒரு பிரம்மாண்டமான மகா ஜோதி அனல் பறக்கப் பிரகாசித்துக் கொண்டிருந்தது! அந்தப் பேராற்றல் மிக்க ஜோதியின் மையப் புள்ளியாகத்தான் குருவே அமர்ந்திருந்தார்.

குரு என்பவர் சாதாரண மனிதர் அல்ல, அவர் எத்தனையோ உன்னதமான ஆன்மீக நிலைகளைக் கடந்த ஒரு மகா சித்தர் என்ற உண்மை கந்தனின் பரிணாம வளர்ச்சி அடைந்த அகக்கண்ணுக்கு அப்பட்டமாகத் தெரிந்தது.

சுற்றி இருந்த மற்ற மாணவர்களின் கண்ணுக்கு அது வெறும் சாதாரண வகுப்பறையாகத் தெரிந்தது. ஆனால், கந்தனால் மட்டுமே குருவைச் சுற்றியிருந்த அந்தப் பிரம்மாண்ட ஜோதி தரிசனத்தைக் காண முடிந்தது. கந்தன் மெய்சிலிர்த்துப் போய் அந்தத் தெய்வீகத் தரிசனத்தை ரசித்துக் கொண்டே இருந்தான்.

அப்போது குரு வகுப்பில் பாடம் எடுக்கத் தொடங்கினார். பிரபஞ்ச ரகசியங்களைப் பற்றிப் பேசிக் கொண்டே வந்தவர், பொதுப்படையாக ஒரு வரியைக் கூறினார்: "ஒரு குருவின் உண்மையான ஆன்மீக நிலை இப்படித்தான் பேரொளியாக இருக்கும். இது சாதாரண மனிதர்களுக்குத் தெரியாது. எவன் ஒருவனின் ஆன்மா மிக உன்னதமான ஆன்மீக வளர்ச்சியை அடைந்திருக்கிறதோ, அவனுடைய கண்ணுக்கு மட்டுமே இந்த உண்மை புலப்படும்" என்றார்.

அப்படிச் சொல்லும்போது, குருவின் கண்கள் நேராகக் கந்தனை நோக்கிப் பாய்ந்தன. அந்தப் பார்வை கந்தனுக்குப் புரிய வைத்தது... 'குரு தன்னைத்தான் பார்த்துக் கூறுகிறார், தன் ஆன்ம வளர்ச்சியை அவர் ஏற்றுக்கொண்டார்' என்று! அதே சமயம், தன் பின்னால் இருக்கும் மகா ஜோதியை கந்தன் பார்த்துவிட்டான் என்பதை உணர்ந்து குருவின் முகத்திலும் ஒரு மெல்லிய ஆத்மார்த்தமான மகிழ்ச்சி மலர்ந்தது.

குருவும் சீடனும் வார்த்தைகளின்றி ஆன்மாவால் பேசிக்கொண்ட அந்தப் பேரானந்த தருணத்தின் நிறைவோடு, கந்தன் அன்று குருவைத் தரிசித்துத் தன் நெஞ்சார அசைபோட்டபடி மகிழ்ச்சியோடு வீடு திரும்பினான்.

## அத்தியாயம் - 8

# காலத்தின் சுழற்சி – ஆன்மாவின் வளர்ச்சி

மத்தவங்க உடம்புக்குள்ள புகுந்து அவங்களோட அறிவையும் மொழியையும் உள்வாங்குற அளவுக்கு கந்தனோட சூட்சும ஆற்றல் இப்போ அசாத்தியமா வளர்ந்திருந்தது. ஆனா, அவனுக்குள்ள ஒரு பெரிய கேள்வி ரொம்ப நாளா ஓடிக்கிட்டே இருந்தது:

"நம்ம உடம்பை விட்டு நம்ம ஆன்மாவால இந்த உலகத்தோட எந்த இடத்துக்கு வேணாலும் போக முடியுதே... ஆனா, இதால 'காலத்தை' கடந்து போக முடியுமா? இந்த உடம்பை எடுக்குறதுக்கு முன்னாடி நம்ம ஆன்மா எங்க இருந்தது? நம்மோட போன ஜென்மம் என்ன?"

இந்தக் கேள்வி அவனுக்குள்ள ஒரு பெரிய தேடலை உருவாக்குச்சு. அன்னைக்கு நள்ளிரவு, கந்தன் தன் அறையில தியானத்துல அமர்ந்தான். இந்த முறை அவனோட நோக்கம் வேற எங்கும் போறது இல்லை... காலத்தை பின்னோக்கி நகர்த்தித் தன் கடந்த காலத்தை (Past Life) பார்க்குறதுதான்.

வழக்கம்போல ஆன்மா உடலை விட்டுப் பிரிஞ்சது. ஆனா, கந்தன் இந்த முறை காற்றில் முன்னோக்கிப் பறக்காம, தியானத்தின் உச்சக்கட்ட ஆற்றலால் தன்னைத் தானே ஒரு சுழற்சிக்குள்ள உட்படுத்திக்கிட்டான். அவனது ஆன்மா காலத்தின் தளைகளை உடைத்துக்கொண்டு, பல நூறு ஆண்டுகள் பின்னோக்கிப் பாய்ந்தது!

திடீர்னு அவனோட ஆன்மா ஒரு அடர்ந்த காட்டுப் பகுதிக்குள்ள வந்து நின்னது. அங்கே ஒரு பெரிய பாறைக்கு மேல, ஜடாமுடி தரித்த ஒரு வயதான முனிவர் பத்மாசனத்தில் அமர்ந்து தீவிர தியானத்தில் இருந்தார். கந்தன் ஆச்சரியத்தோடு அந்த முனிவரோட முகத்தைக் கூர்ந்து பார்த்தான். அந்த முக அமைப்பும், கண்ணில் இருந்த ஒளியும்... அது வேற யாரும் இல்லை, பல ஜென்மங்களுக்கு முன்னாடி வாழ்ந்த கந்தனோட சொந்த ஆன்மாதான் அந்த முனிவர்!

அந்த முனிவர் தன் தியானத்தில் இருந்து மெல்லக் கண் விழித்தார். ஆச்சரியம் என்னன்னா, காலத்தைக் கடந்து சூட்சும வடிவில் நின்றுகொண்டிருந்த கந்தனை அந்த முனிவர் தன் ஞானக் கண்ணால் பார்த்தார்.

பார்த்துட்டு லேசான புன்னகையோடு சொன்னார்: "மகனே... நீ இன்று அடைந்திருக்கும் இந்த ஆன்மீக ஆற்றல் இந்த ஒரே ஜென்மத்தில் உனக்குக் கிடைத்தது அல்ல. பல ஜென்மங்களாக நீ செய்த தவம், இந்த ஜென்மத்தில் உனக்குக் குருவின் மூலமாக முதிர்ச்சி அடைந்திருக்கிறது. உன் தர்ம வழியை விட்டு என்றும் விலகாதே. உலக நன்மைக்காக உன் ஆற்றலைப் பயன்படுத்து" என்று ஆசி வழங்கினார்.

தன் முந்தைய ஜென்மத்துத் தவத்தின் தொடர்ச்சிதான் இந்த ஜென்மத்தோட ஆன்மீகப் பயணம் அப்படின்ற மகா ரகசியத்தைக் கந்தன் உணர்ந்துகிட்டான். காலத்தைக் கடந்த அந்தப் பரவச அனுபவத்தோடு, அவனோட ஆன்மா மீண்டும் நிகழ்காலத்துக்குத் திரும்பி, தன் உடலுக்குள் புகுந்து கொண்டது.

கண்கள் திறந்தபோது கந்தனின் முகம் ஒரு முழுமையான ஞானியின் தெளிவோடு பிரகாசித்தது.

# அத்தியாயம் - 9

## இயற்கையின் சீற்றம் – ஆன்மாவின் மாற்றம்!

முந்தைய ஜென்மத்து முனிவரின் ஆசியையும், குருவின் மகா ஜோதி தரிசனத்தையும் பெற்ற பிறகு, கந்தனின் சூட்சும ஆற்றல் வெறும் மனித எல்லைகளையும் காலத்தையும் தாண்டி, பிரபஞ்சப் பேராற்றலோடு நேரடியாக இணையத் தொடங்கியது. நிலம், நீர், நெருப்பு, காற்று, ஆகாயம் ஆகிய பஞ்சபூதங்களும் அவனது ஆன்ம அலைவரிசைக்குக் கட்டுப்படத் தொடங்கின.

ஒரு உன்னதமான ஆன்மீக நிலையை எட்டிப்பிடித்த ஞானிக்காக மட்டுமே இந்த இயற்கையே வேலை செய்யும், இந்த உலகமே அவனுக்காகத்தான் இயங்கும் என்ற பிரபஞ்ச விதி கந்தனின் வாழ்வில் நிஜமாகப் போகும் தருணம் அது.

ஒரு நாள் மாலை நேரம், ஊருக்கு ஒதுக்குப்புறமாக இருந்த ஒரு ஏரிக்கரையில் கந்தன் அமைதியாகத் தியானத்தில் அமர்ந்திருந்தான். திடீரென வானிலை தலைகீழாக மாறியது. வானம் இருட்டடித்து, பயங்கரமான புயல் காற்று வீசத் தொடங்கியது. இடி மின்னலோடு பெருமழை கொட்டோ கொட்டு என்று கொட்டியது.

ஏரித் தண்ணீர் மட்டத்திற்கு மேல் பொங்கி, கரையை உடைத்துக் கொண்டு ஊருக்குள் பாயும் அபாய நிலை உருவானது. அங்கிருந்த மக்கள் அனைவரும் இயற்கையின் இந்த ருத்ர தாண்டவத்தைக் கண்டு பயந்து, அலறி அடித்துக் கொண்டு ஓடினார்கள்.

ஆனால் கந்தன் பதற்றமடையவில்லை. மெல்லக் கண்ணை மூடித் தன் உடலை விட்டுச் சூட்சும வடிவில் காற்றில் மிதந்தான். இப்போது அவனது ஆன்மா இயற்கையின் பிரம்மாண்டப் பேராற்றலை நேருக்கு நேர் எதிர்கொண்டது. கந்தன் தன் ஆன்ம சக்தியை முழுமையாகத் திரட்டி, சீறிப் பாய்ந்து வந்த புயல் காற்றையும், பொங்கி வழிந்த நீரையும் நோக்கித் தன் சூட்சுமக் கரங்களை நீட்டி, மனதுக்குள்ளேயே ஒரு கட்டளையைப் பிறப்பித்தான்.

அடுத்த நொடி, அங்கே ஓர் அற்புதம் நிகழ்ந்தது!
சீறி வந்த புயல் காற்று கந்தனின் எண்ண ஓட்டத்தை உணர்ந்தது போல, அப்படியே வேகம் குறைந்து மென்மையான தென்றலாக மாறியது. கரையை உடைக்கப் பார்த்த ஏரித் தண்ணீர், ஏதோ ஒரு கண்ணுக்குத் தெரியாத மதில் சுவரால் தடுக்கப்பட்ட தடாகம் போல அமைதியாக உள்வாங்கியது. மேகங்கள் கலைந்து மின்னல் நின்றது.

உண்மையில், அங்கே இயற்கை கந்தனை அழிக்க வரவில்லை; தன் அதிபதியைக் கண்டதும் அது அவனது எண்ணத்திற்கு ஏற்பத் தன்னை மாற்றிக் கொண்டது. பிரபஞ்சத்தின் அத்தனை சக்திகளும் அந்த உன்னத ஆன்மாவின் சங்கல்பத்திற்கு (எண்ணத்திற்கு) அடிபணிந்து நின்றன.

கந்தனின் சூட்சும ஆன்மா பஞ்சபூதங்களைச் சமநிலைப்படுத்தி, அந்த ஊரையே ஒரு மாபெரும் இயற்கை அழிவிலிருந்து காப்பாற்றியது! இயற்கையே தன் ஆன்மாவின் ஆற்றலுக்குத் தலைவணங்கி வேலை செய்வதைக் கண்டு கந்தன் பிரமித்து நின்றான்.

இந்த அண்டவெளியும் தானும் வேறல்ல, எல்லாம் ஒன்றுதான்... ஆன்மா பக்குவப்படும்போது உலகமே நமக்காகத்தான் இயங்கும் என்ற அத்வைதப் பேரொளி ரகசியத்தை உணர்ந்துகொண்ட பரவசத்தோடு மீண்டும் தன் உடலுக்குள் புகுந்து கொண்டான். கண்கள் திறந்தபோது அவனது ஆன்மாவில் ஒரு மகா மாற்றம் நிகழ்ந்திருந்தது.

# அத்தியாயம் - 10

## ஜீவகாருண்யப் பேரொளி – உயிர்களின் பாஷை

கந்தனின் தியானப் பயிற்சி நாளுக்கு நாள் தீவிரமடைய, அவனது ஆன்மீகப் பரிணாம வளர்ச்சி அடுத்த கட்டத்தை எட்டியது. முன்பு உடலை விட்டு வெளியே சென்று உலகை நோக்கிய அவனது சூட்சும சரீரம், இப்போது உடலுக்குள்ளேயே நிலைத்து நின்று, பிரபஞ்சத்தின் அத்தனை அதிர்வுகளையும் உள்வாங்கத் தொடங்கியது. இதனால், மனிதர்களின் எண்ண அலைகளை மிக இயல்பாகவே அவனால் படிக்க முடிந்தது.

இந்த அசாத்திய ஆற்றல் கந்தனின் வாழ்க்கையில் ஒரு மாபெரும் பாதுகாப்பு அரணாக, 'பிளஸ் பாயிண்டாக' மாறியது. அவன் ஒரு இடத்திற்குச் செல்லும்போது, அங்கே யாராவது அவனைப் பற்றித் தவறாக நினைத்தாலோ அல்லது வஞ்சகத்தோடு நிந்திக்கத் திட்டமிட்டாலோ, கந்தனின் அக விழிப்புணர்வு அவனை இயற்கையிலேயே அங்கிருந்து தடுத்து நிறுத்திவிடும். அதன் பிறகு அவன் அவர்களோடு பழகுவதைத் தவிர்த்து விடுவான். இதனால், அவன் யாரையும் நேருக்கு நேர் போய்த் திட்டவோ, வெறுக்கவோ தேவையில்லாமல் போனது.

மனிதர்களின் அக உலகத்தை அப்பட்டமாகப் பார்த்த கந்தன், போலியான முகமூடி அணிந்த நச்சு உறவுகளிடமிருந்தும், மறைமுக எதிரிகளிடமிருந்தும் தானாகவே விலகிக் கொண்டான். யார் தன்னிடம் தூய்மையான அன்போடு, உண்மையாக இருக்கிறார்களோ அவர்களிடம் மட்டுமே பழகத் தொடங்கினான்.

நாட்கள் செல்லச் செல்ல, கந்தனின் இந்த உன்னத ஆன்மீக நிலையால் அவனது உடலையும் ஆன்மாவையும் சுற்றி ஒரு பிரம்மாண்டமான 'புனிதப் பேரொளி' (Aura) பெருகத் தொடங்கியது. அந்த ஒளி அவனுக்குள்ளே ஒரு எல்லையற்ற அமைதியைத் தந்தது. ஆச்சரியம் என்னவென்றால், மனிதக் கண்களுக்குத் தெரியாத அந்த ஆன்மப் பேரொளியை, இயற்கையின் பிற உயிரினங்களான பறவைகளும் விலங்குகளும் துல்லியமாக உணர்ந்து கொண்டன!

கந்தனால் தங்களுக்கு எவ்வித ஆபத்தும் இல்லை என்பதையும், அவன் ஒரு பேரன்பின் வடிவம் என்பதையும் உணர்ந்துகொண்ட விலங்குகளும் பறவைகளும், தானாகவே அவனிடம் வந்து பழகத் தொடங்கின. அவன் தூங்கும்போது அவனோடு வந்து படுத்துக் கொண்டன; அவன் எங்கு சென்றாலும் பின் தொடர்ந்தன.

கந்தனும் தன்னிடம் அடைக்கலம் புகுந்த அந்த வாயில்லா ஜீவன்களுக்குத் தன்னால் முடிந்தவரை உணவும் நீரும் வழங்கி, அவற்றின் பசியைப் போக்கித் தன் ஆத்மார்த்தமான அன்பைச் செலுத்தி வந்தான். அப்போதுதான், கந்தனின் வாழ்வில் அந்தப் பேராச்சரியம் நிகழ்ந்தது!

ஒரு நாள், அவனுக்கு அருகில் யாரோ சிலர் கூட்டமாகப் பேசிக் கொள்ளும் சத்தம் கேட்டது. 'இந்த நள்ளிரவில் ஊருக்கு ஒதுக்குப்புறமாக யார் பேசிக்கொள்வது?' என்று கந்தன் சுற்றும் முற்றும் திரும்பிப் பார்த்தான். ஆனால், கண்ணுக்கெட்டிய தூரம் வரை எந்த ஒரு மனித நடமாட்டமும் இல்லை. மறுபடியும் அந்தத் தெளிவான குரல்கள் கேட்டுக் கொண்டே இருந்தன.

கூர்ந்து கவனித்த கந்தன் அதிர்ச்சியில் உறைந்து போனான்! அங்கே பேசிக் கொண்டிருந்தது மனிதர்கள் அல்ல; அவனைச் சுற்றி அமர்ந்திருந்த பறவைகளும் விலங்குகளும்தான்!

மனிதர்களின் மன ஓட்டத்தை மட்டுமே கேட்க முடியும் என்று நினைத்திருந்த கந்தனுக்கு, இப்போது பிரபஞ்சத்தின் அத்தனை உயிரினங்களின் மொழியும், பாஷையும் புரியத் தொடங்கியது. அவனது ஆன்மீக பேராற்றல் விலங்கினங்களின் அக உலகிற்குள் அவனைக் கூட்டிச் சென்றது. அந்த உயிரினங்களின் ஆசைகள், தேவைகள், எல்லாவற்றிற்கும் மேலாக அவற்றின் வலி மற்றும் வேதனை உணர்வுகள் கந்தனின் ஆன்மாவில் அப்படியே எதிரொலித்தன.

ஒரு மனிதன் தன் சுயநலத்திற்காகவும், நாக்கு ருசிக்காகவும் ஒரு சாதுவான விலங்கைக் கொல்லும்போது, அந்த ஜீவன் மரண பயத்தில் எப்படித் துடிக்கிறது, அதன் ஆன்மா எவ்வளவு கடுமையான வலியை அனுபவிக்கிறது என்பதை கந்தன் தன் சொந்த வலியாகவே உணர்ந்தான்.

'ஐயோ... இந்த விலங்குகளுக்கும் மனிதர்களைப் போன்றே அத்தனை உணர்வுகளும், குடும்பப் பாசமும், வலிக்கான கண்ணீரும் இருக்கிறது என்ற உண்மை புரியாததால்தானே மனிதர்கள் இவற்றைத் துடிதுடிக்கக் கொன்று சாப்பிடுகிறார்கள்!' என்று கந்தனின் இதயம் ரத்தக் கண்ணீர் வடித்தது.

உண்மையிலேயே இந்த விலங்குகளின் உணர்வுகளையும் வலியையும் ஒரு மனிதன் தன் அகக்கண்ணால் உணர்ந்து கொண்டால், இந்த உலகத்தில் எந்த ஒரு மனிதனும் எந்த ஒரு சக உயிரையும் கொல்லத் துணிய மாட்டான் என்ற மகா ரகசியம் கந்தனுக்குப் புரிந்தது.

அதனால்தான், நம் முன்னோர்களும் ஞானிகளும் "எல்லா உயிரும் ஒரே உயிர் தான்" என்று கருதினார்கள். "வாடிய பயிரைக் கண்டபோதெல்லாம் வாடினேன்" என்று பாடிய அருட்பிரகாச வள்ளலார் பெருமான் காட்டிய ஜீவகாருண்ய ஒழுக்கத்தின் ஆழமான உண்மை கந்தனுக்கு அப்பட்டமாக விளங்கியது.

ஆன்மா என்பது மனிதர்களுக்கு மட்டுமல்ல, அண்ட சராசரத்தில் உள்ள அத்தனை ஜீவராசிகளுக்கும் ஒன்றுதான் என்ற உன்னத ஞானத்தோடு, கந்தன் உலகிலுள்ள அத்தனை உயிர்களையும் தன் உயிராகவே நேசிக்கத் தொடங்கினான்.

# முடிவுரை

"சூட்சும சரீரம்" என்னும் இந்த ஆன்மீகப் பகிர்வு வெறும் எழுத்துக்களால் கோர்க்கப்பட்ட ஒரு கற்பனைக் கதையல்ல; இது தியானம் என்னும் உன்னதக் கலையின் மூலம் ஒரு சாதாரண மனிதன் அடைந்த நிஜமான அக விழிப்புணர்வின் சாட்சி.

ஆரம்பத்தில் ஆன்மீகம் என்றால் என்னவென்றே தெரியாமல், தியானத்தை ஒரு விளையாட்டாகவும் அசால்ட்டாகவும் தொடங்கிய கந்தன், இந்த அளவுக்குப் பிரம்மாண்டமான பிரபஞ்ச ரகசியங்கள் திறக்கப்படும் என்று அவன் கனவிலும் நினைக்கவில்லை. கந்தனின் குருநாதர் மகா குரு தாசர் அவர்களின் பாதங்களில் சரணடைந்த அந்த ஒரு புண்ணிய தருணம்தான், கந்தனின் பௌதிக உடலின் எல்லைகளைக் கடந்து சூட்சும உலகிற்குள் அவனை அழைத்துச் சென்றது.

இந்த உடல் என்பது நாம் வாழும் இந்த உலகியல் வாழ்க்கைக்காகத் தற்காலிகமாகத் தரப்பட்ட ஒரு வெறும் எலும்பும் சதையும் கொண்ட கூடு மட்டுமே. அதைத் தாண்டி நமக்குள்ளே ஆன்மா என்னும் பேராற்றல் ஒளிந்திருக்கிறது. தியானத்தின் மூலம் அகக்கண்ணைத் திறந்து, அந்த ஆன்மாவின் ஒளியை உணரும்போது பயமும் அறியாமையும் நம்மை விட்டு முற்றிலும் அகன்று விடுகிறது.

கந்தனுக்கும் அவனது குருநாதருக்கும் கிடைத்த இந்த அரிய மெய்ஞான அனுபவங்களை இத்தோடு மறைத்துவிடாமல், உலக மக்கள் அனைவரும் தங்களுக்குள் இருக்கும் அந்த உன்னத சூட்சும சரீரத்தின் ரகசியத்தைத் தெரிந்து கொள்ள வேண்டும் என்ற ஒரே நோக்கத்திற்காகவே இந்த நூல் உங்களிடம் சமர்ப்பிக்கப்பட்டுள்ளது.

இந்த நூலைப் படிக்கும் ஒவ்வொரு வாசகருக்குள்ளும் ஒரு சின்ன ஆன்மீகப் பொறியாவது தட்ட வேண்டும்; நீங்களும் தியானப் பாதையில் இறங்கி உங்களது சொந்த ஆன்ம பரிணாமத்தைத் தேடிப் பயணிக்க வேண்டும் என்பதே என் ஆசை. இருள் நீங்கி மெய்ஞானப் பேரொளி அகிலமெங்கும் பரவட்டும்! குருவே சரணம்!

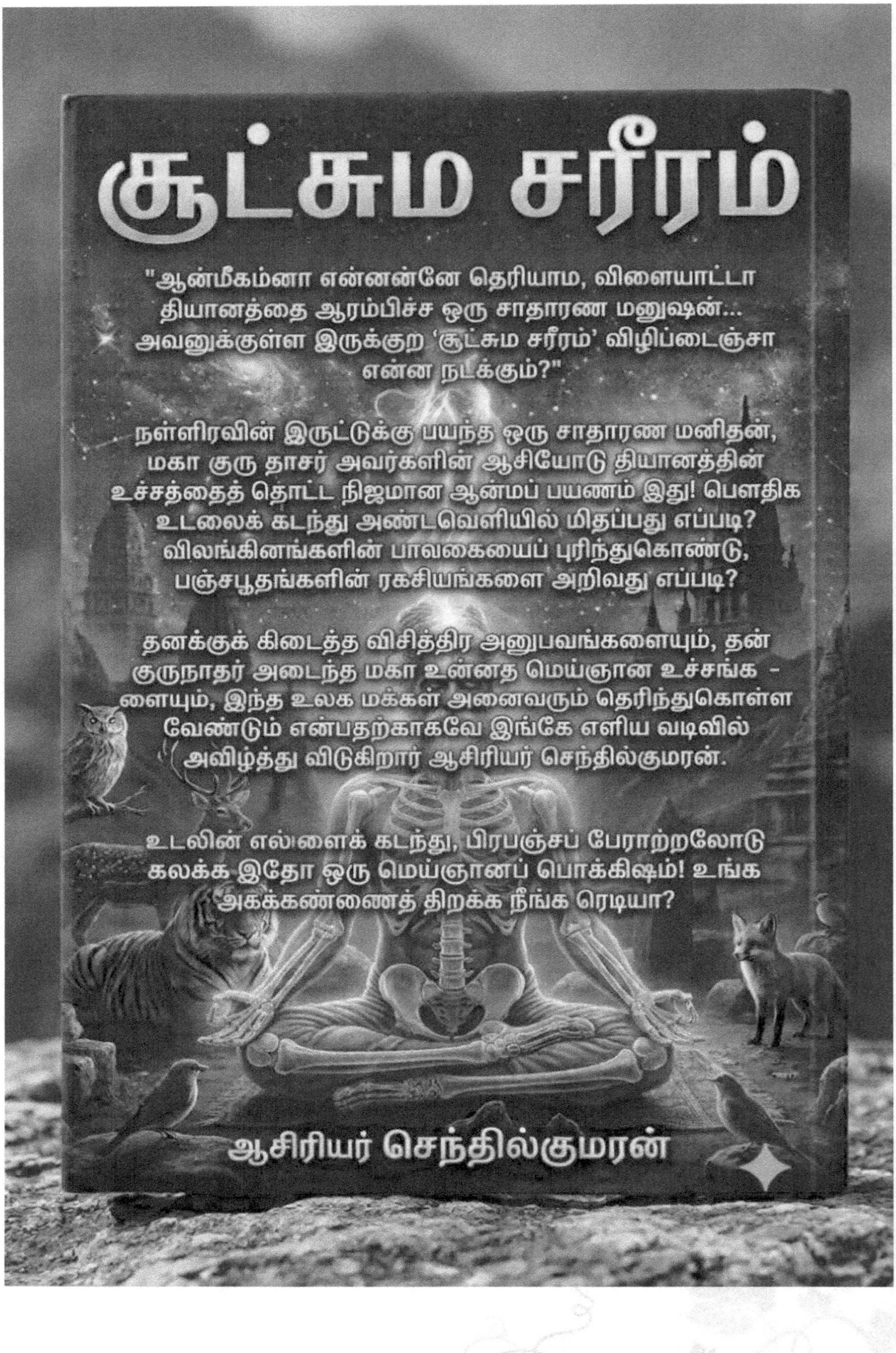
சூட்சும சரீரம்
"ஆன்மீகம்னா என்னன்னே தெரியாம, விளையாட்டா
தியானத்தை ஆரம்பிச்ச ஒரு சாதாரண மனுஷன்...
அவனுக்குள்ள இருக்குற 'சூட்சும சரீரம்' விழிப்டைஞ்சா
என்ன நடக்கும்?"
நள்ளிரவின் இருட்டுக்கு பயந்த ஒரு சாதாரண மனிதன்,
மகா குரு தாசர் அவர்களின் ஆசியோடு தியானத்தின்
உச்சத்தைத் தொட்ட நிஜமான ஆன்மப் பயணம் இது! பௌதிக
உடலைக் கடந்து அண்டவெளியில் மிதப்பது எப்படி?
விலங்கினங்களின் பாவகையைப் புரிந்துகொண்டு,
பஞ்சபூதங்களின் ரகசியங்களை அறிவது எப்படி?
தனக்குக் கிடைத்த விசித்திர அனுபவங்களையும், தன்
குருநாதர் அடைந்த மகா உன்னத மெய்ஞான உச்சங்க -
ளையும், இந்த உலக மக்கள் அனைவரும் தெரிந்துகொள்ள
வேண்டும் என்பதற்காகவே இங்கே எளிய வடிவில்
அவிழ்த்து விடுகிறார் ஆசிரியர் செந்தில்குமரன்.
உடலின் எல்ளைக் கடந்து, பிரபஞ்சப் பேராற்றலோடு
கலக்க இதோ ஒரு மெய்ஞானப் பொக்கிஷம்! உங்க
அகக்கண்ணைத் திறக்க நீங்க ரெடியா?
ஆசிரியர் செந்தில்குமரன்

www.ingramcontent.com/pod-product-compliance
Lightning Source LLC
LaVergne TN
LVHW060045210926
848481LV00013B/3963